ng

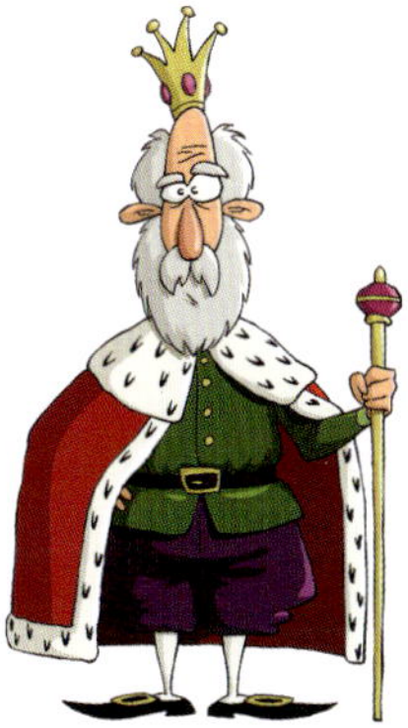

Ransom

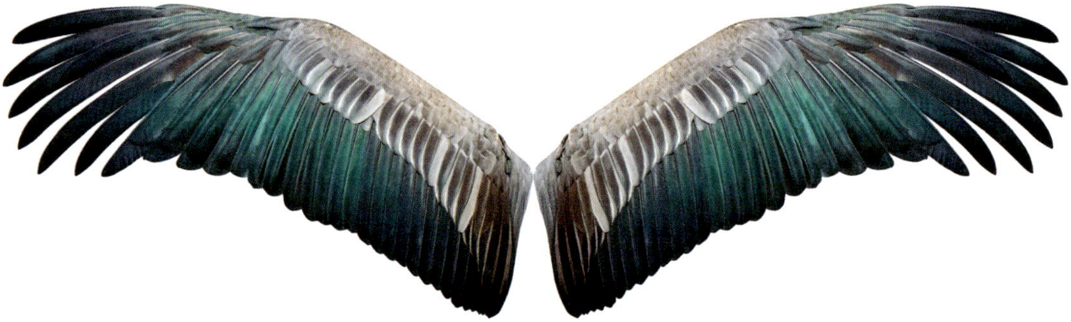

wings

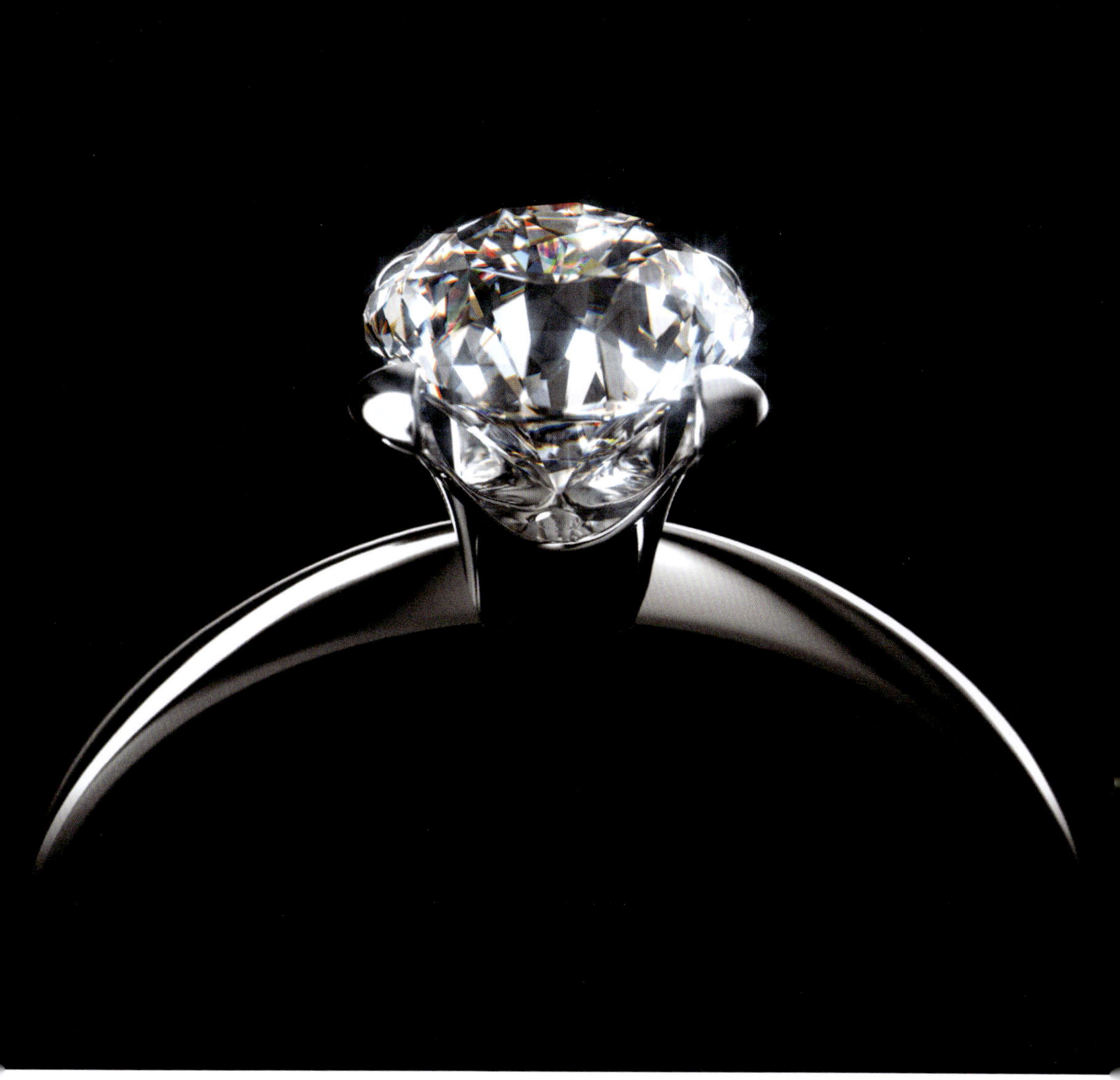

ring

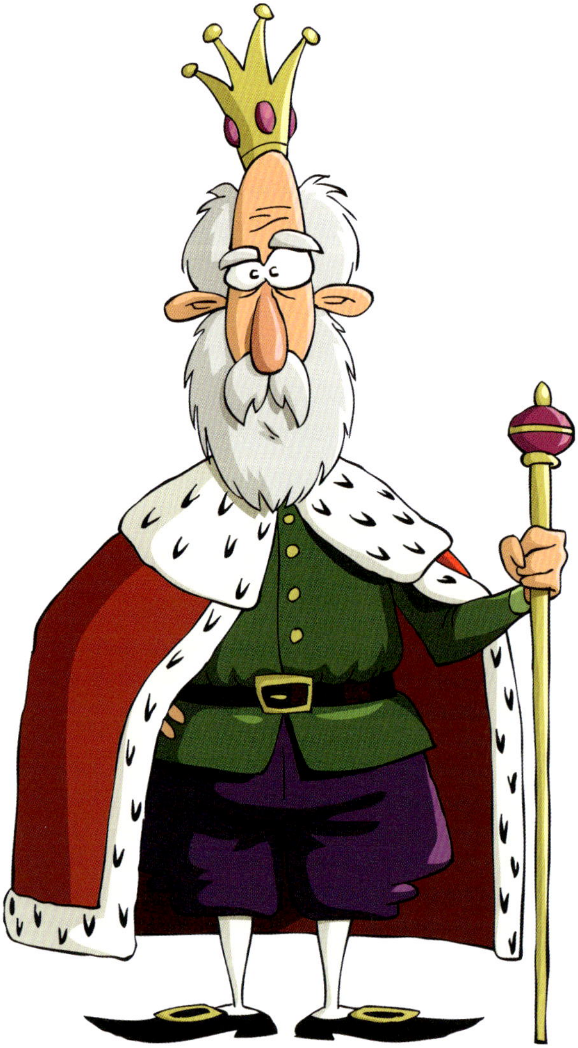

king

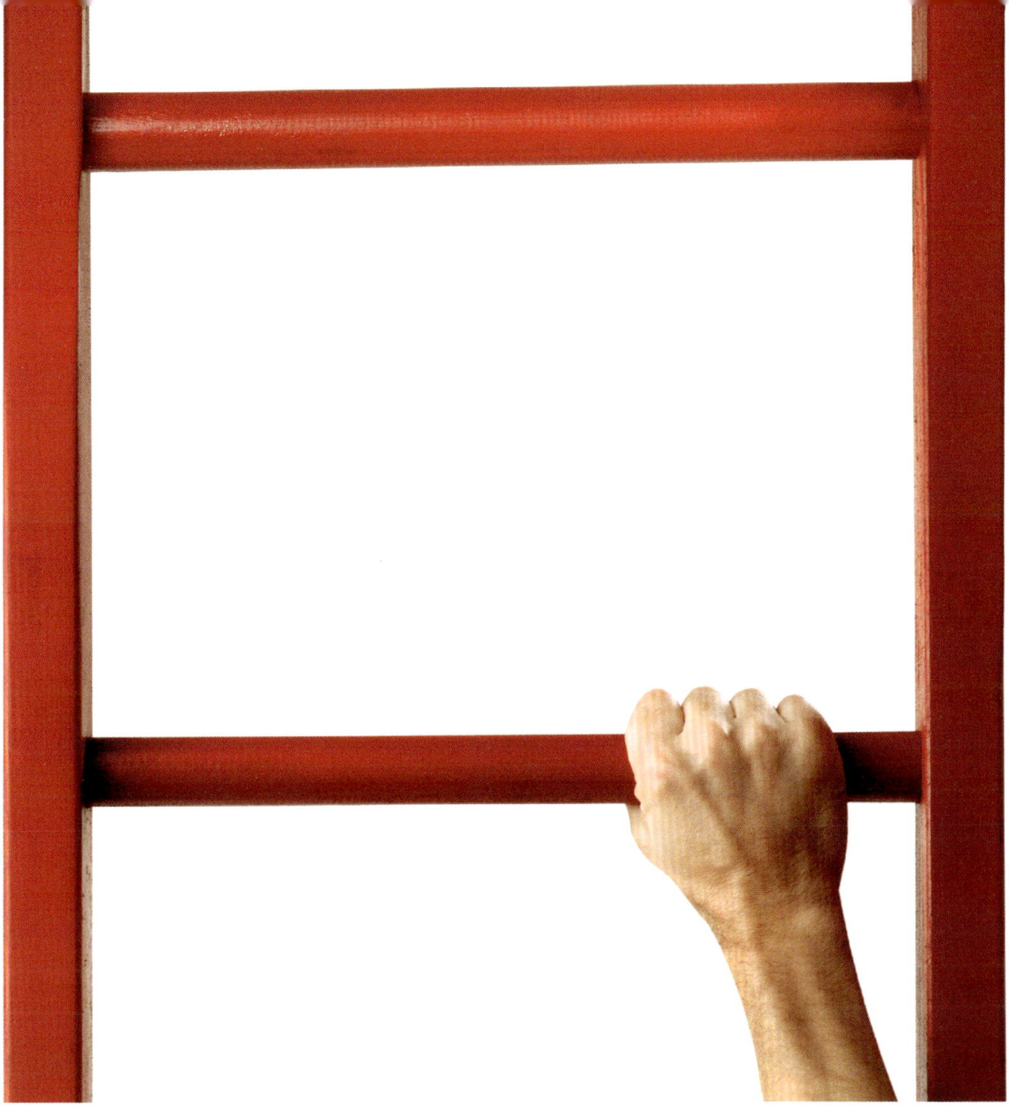

rung

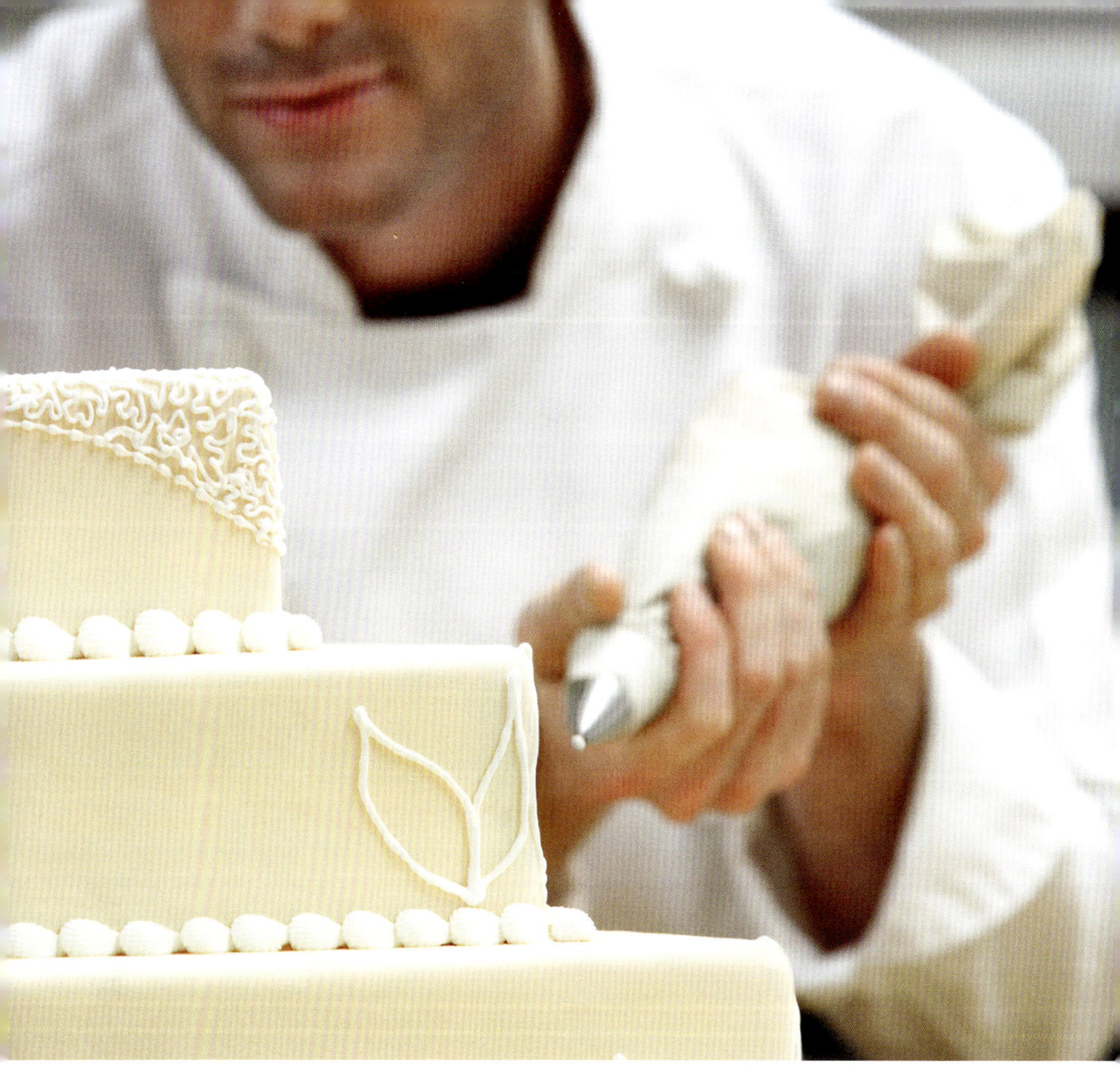

icing

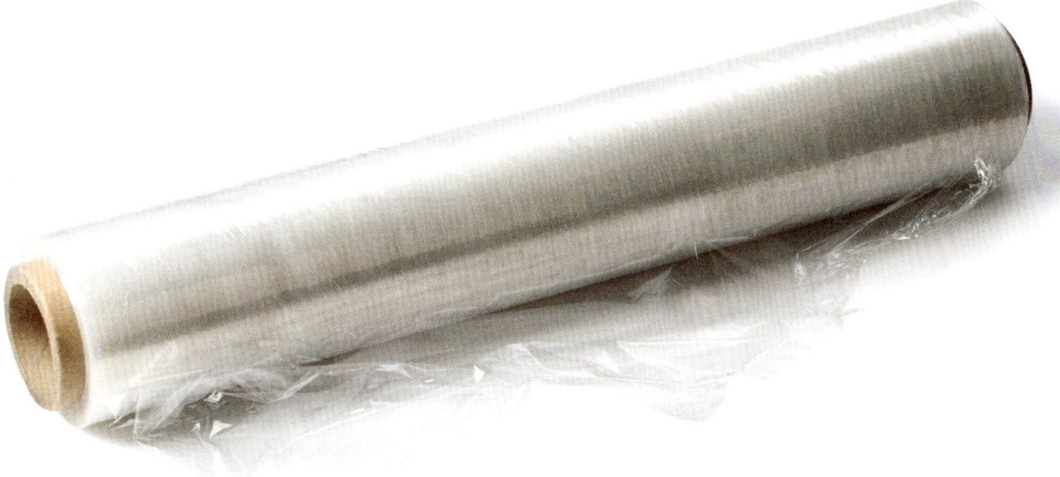

cling film

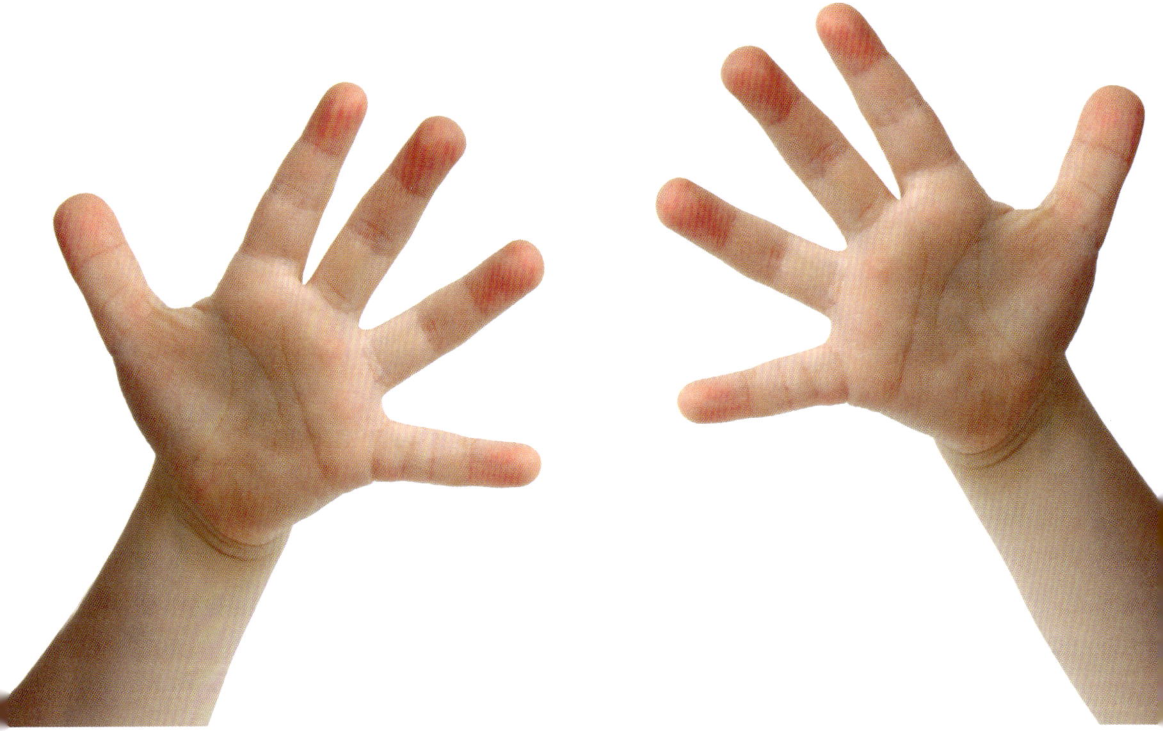

fingers

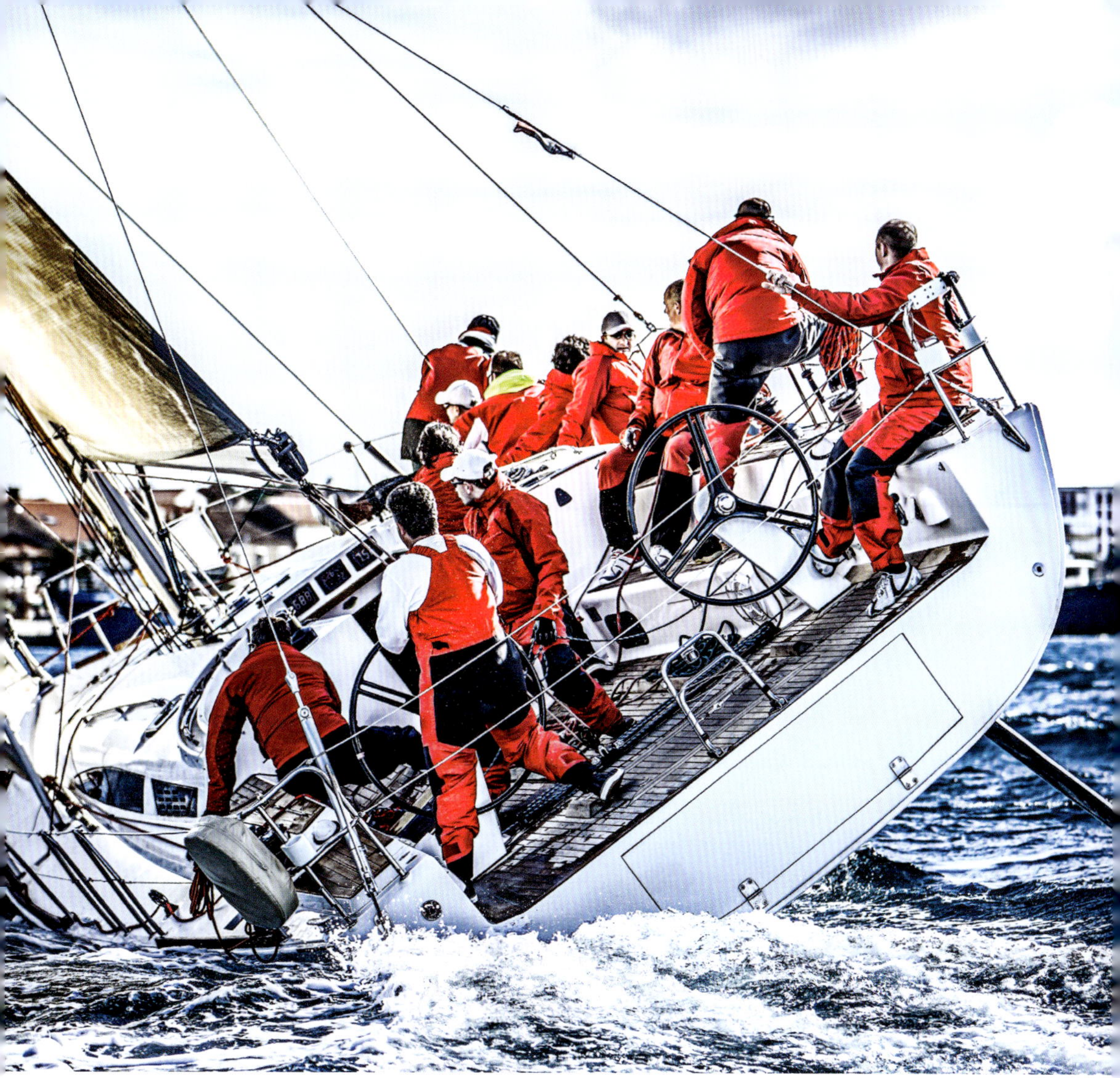

sailing

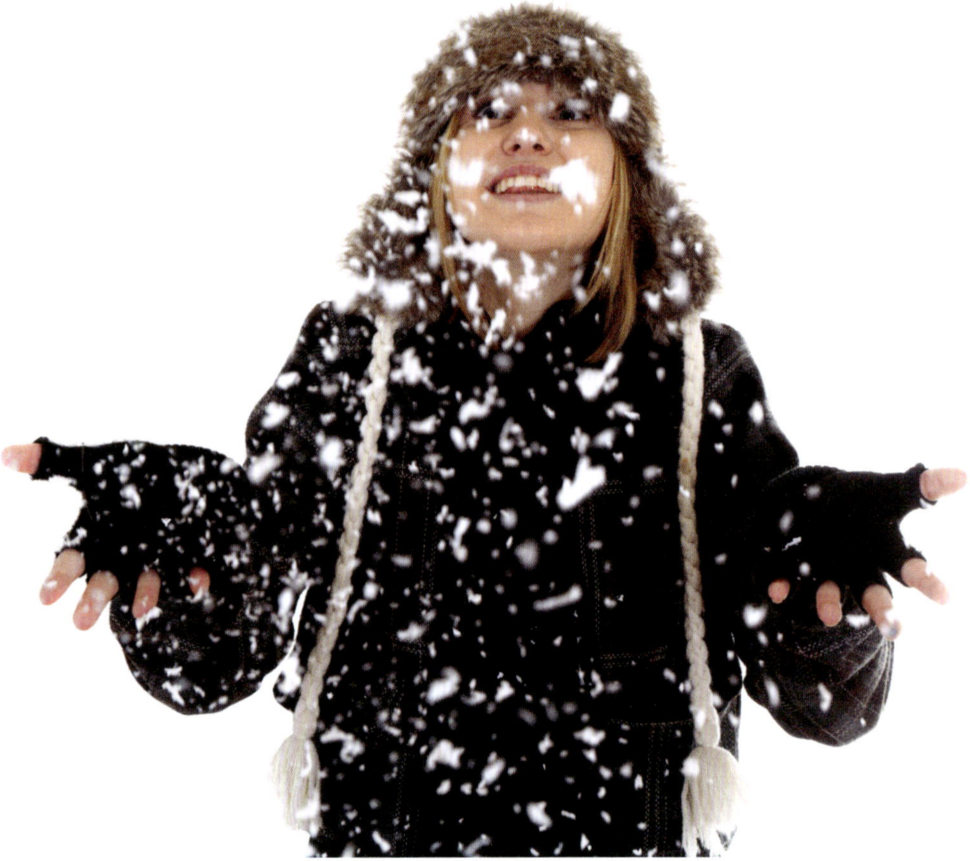

ng ng

ng ng

ng

wings

ring

king

rung

icing

cling film

fingers

sailing